അലകൾ – മനസിന്റെ വേലിയേറ്റം.

വിജയൻ പാമ്പാടി

Copyright © Vijayan Pampady
All Rights Reserved.

സ്നേഹത്തിന്റെ അർഥം വീണ്ടും നിർവചിക്കാൻ സഹായിച്ച
എല്ലാവർക്കും വേണ്ടി.

ഉള്ളടക്കം

ആമുഖം

ഓരോ ശക്തമായ തോന്നലുകളും ഓരോ കവിതയായി. ചിലതു മനസ് വെറുത്തും, ചിലതു മനസ് കീറിയും പോയത്. അതിന്റെ അന്തസത്ത കളയാതെ സൂക്ഷിച്ചു വായനക്കാരുടെ ചിന്തയ്ക്കായി വിട്ടുകൊടുക്കുന്നു. ഞാൻ കടന്നു പോയ പാതകൾ എന്നിക്കു തന്നെ അജ്ഞാതം. അതിന്റെ തീവ്രത ഞാൻ ഇന്ന് മറന്നു തുടങ്ങി. എന്നാലും ആ വരികൾ വായിക്കുമ്പോൾ അതിന്റെ ഒരു കാറ്റ് കിട്ടും.

കടപ്പാട്

ആരോടും കടപ്പാട് ഇല്ല. എന്നെ ഞാനാക്കിയ ഈ വരികൾക്ക് ശക്തമായ അർഥം തന്ന എല്ലാവർക്കും സമർപ്പിക്കുന്നു.

1. എന്റെ പട്ടം

ഞാൻ മുറുകെ പിടിച്ചു
കാറ്റിലും കോളിലും.
ഞാൻ മുറുകെ പിടിച്ചു
മറ്റു പട്ടങ്ങൾ പൊട്ടിക്കാതെ.
ഞാൻ അയച്ചു പിടിച്ചു
വീണ്ടും ഉയർന്ന് പറക്കാൻ
ഞാൻ വിടർത്തി വിട്ടു
കാറ്റിനോട് പയറ്റി ജയിക്കാൻ.
സമയം അടുത്തു
ഇരുളണഞ്ഞു, കാറ്റു കൂടി
നൂലും തീർന്നു
പട്ടം ആടിയുലഞ്ഞു.
ഇനിയും ഉയരത്തിൽ പറക്കാൻ
കൊതിച്ച എന്റെ പട്ടം!
ഞാൻ വിലങ്ങു തടിയെന്നു
ഞാൻ അറിഞ്ഞു!
അയച്ചു വിട്ടു
അവൾ അകന്നു
കാറ്റിലൂടെ ഉയരത്തിലേക്ക്
ഒരിക്കലും വരാത്ത ഉയരത്തിലേക്ക്!
ഞാൻ വിലപിച്ചു
ഞാൻ കണ്ടുനിന്നു
ഞാൻ ഉറക്കെ വിളിച്ചു
അവൾ അകന്നു!
പറഞ്ഞു കേട്ടു

ഏതോ മരത്തിൽ ഉടക്കി
അവൾ വീണു
തിരിച്ചു കിട്ടാത്ത വിധം ഒടിഞ്ഞുകീറി!
കാലം നോക്കി ഇളിച്ചു
കാലം കളിയാക്കി പറഞ്ഞു
ഭോഷൻ അയച്ച് വിട്ടു
സ്വയം നിലംപൊത്തി!

2. ഞാൻ അറിയുന്നു

ഞാൻ അറിയുന്നു
പുറത്തെ കാറ്റും കോളും.
ഞാൻ അറിയുന്നു
പുറത്തെ പേമാരി!
മഴ മാറി സൂര്യൻ പ്രഭ വീശി
കിളികൾ ചിലച്ചു തുടങ്ങി
നഗരം വീണ്ടും ഉണർന്നു
ഞാൻ അറിയുന്നു!
പുറത്തെ സംസാരങ്ങൾ
കുട്ടികളുടെ ആരവങ്ങൾ
ഉത്സവ രാവിന്റെ തയാറെടുപ്പുകൾ
എല്ലാം ഞാൻ അറിയുന്നു!
ഞാൻ ഇന്നും ഓർക്കുന്നു
പോയ കാലം,
നാം ഒരുമിച്ചു
കണ്ട അനേക ഉത്സവങ്ങൾ.
ഉത്സവ പ്രഭ കാണാൻ
വാശി പിടിച്ച നിന്നെ
തോളിലേറ്റി പോയത്
ഞാൻ ഇന്നും ഓർക്കുന്നു.
വാർദ്ധക്യത്തിന്റെ പടു-
കുഴിയിൽ ഏകനായി
ഇനിയുള്ള യാത്ര ഒറ്റക്ക്-
എന്നും ഞാൻ അറിയുന്നു!
ഞാൻ നിന്നെ സ്നേഹിച്ചു

ഒന്നും പ്രതീക്ഷിക്കാതെ
ഞാൻ നിന്നെ കരുത്തിയതും
ഒന്നും പ്രതീക്ഷിക്കാതെ!
ശൈശവവും വാർധക്യവും
ഒരുപാട് അകലെ എന്നും
ഞാൻ അറിയുന്നു,
എല്ലാം ഞാൻ അറിയുന്നു!
നിന്റെ വാർദ്ധക്യത്തിൽ
അവർ നിന്നെയും ഉപേക്ഷിച്ചു
വീടിന്റെ കോണിൽ തള്ളും
എന്നും ഞാൻ അറിയുന്നു!

3. വെറുപ്പും കാമവും

അവനെ കാണുന്നത് എനിക്കു അറപ്പാണ്
പക്ഷെ അവന്റെ വിയർപ്പിന്റെ ഗന്ധം!
അവന്റെ മുഖം എനിക്കു വെറുപ്പാണ്
പക്ഷെ അവന്റെ അധരങ്ങൾ തേൻ രസമാണ്!
അവന്റെ കൈകൾ വൃത്തിഹീനമാണ്
പക്ഷെ അവ എന്റെ മുലഞെട്ടി-
അനയുമ്പോൾ പരിവേശമാണ്.
അവന്റെ മാറുകൾ അശുദ്ധമാണ്
പക്ഷെ മാറിലെ ചൂട് വികാരം ഇരട്ടിപ്പിക്കുന്നു.
അവന്റെ കാലുകൾ മലിനമാണ്
പക്ഷെ അവ തരുന്നത് സ്വർഗീയ അനുഭൂതി!

4. നീയോ ഫെമിനിച്ചി

നീയോ ഫെമിനിച്ചി?
തീപാറുന്ന നിന്റെ കണ്ണുകൾ എവിടെ?
ആക്രോശിക്കുന്ന കൈകൾ എവിടെ?
ഫെമിനിസം വിളമ്പിയ നാവു എവിടെ?
അവന്റെ കൈകൾ നിന്റെ
ഇടുപ്പിൽ പതിച്ചപ്പോൾ
നീയും ഒരു വെറും പെണ്ണ്
കാമം തുടിക്കുന്ന ഒരു വേശ്യയെപോലെ!
അവന്റെ അധരം തൊട്ടപ്പോൾ
നിന്റെ ഫെമിനിസം അലിഞ്ഞു പോയോ?
മുലകച്ച അടർത്തിയപ്പോ
നീ കാമത്തിൽ കുളിച്ചോ?
നീയോ ഫെമിനിച്ചി?
കാമത്തിന്റെ നിറം ഫെമിനിസമല്ല.
കാമത്തിന്റെ വികാരം സ്നേഹമല്ല
കാമത്തിന്റെ രസം കരുതലല്ല!

5. ഊന്നുവടി

എനിക്കു ജീവിച്ചേ മതിയാകൂ
മരിക്കാൻ എനിക്ക് വയ്യ
കരയാൻ കണ്ണീരു ബാക്കിയില്ല
തുളുമ്പാൻ രക്തവും.
എല്ലാം നിനക്കു ഞാൻ സമർപ്പിച്ചു
എന്റെ ചോരയും നീരും
എന്റെ അസ്തിയും മാംസവും
എന്നെയും എന്റേതും!
നീ ഇല്ലെങ്കിൽ എനിക്കു എന്തു?
നിന്റെ ഉറപ്പില്ലല്ല ഞാൻ തുടങ്ങിയത്
നിന്നെ വിശ്വസിച്ചല്ല ജീവിച്ചതും
നീയല്ലെങ്കിൽ മറ്റൊരു ഊന്നുവടി!

6. വനിത ദിനം

ഞാനും ആഘോഷിച്ചു ഒരു വനിതാദിനം!
സ്നേഹിച്ച പുരുഷന്റെ മുഖത്തു ആഞ്ഞടിച്ച്
കരുതിയ കൈകളിൽ കാറി തുപ്പി,
ആശ്വസിപിച്ച നെഞ്ചിൽ നൃത്തമാടി.

7. മൃതർ

എത്ര ശാന്തത
എത്ര നിഗൂഢം
എത്ര മനോഹരം
ഈ നിശബ്ദത!
ജീവനുള്ള
വിവേചനമുള്ള
മർത്യരേക്കാൾ മൃതർ
എത്ര ഭേദം!
ഞാൻ വിശ്രമിക്കുന്നു
മൃതരോടൊപ്പം.
ശവക്കല്ലറയുടെ നടുവിൽ
ജീവനില്ലാത്ത ജീവിയായി!

8. കാമം സർവത്ര കാമം!

കാമം സർവത്ര കാമം!
ജനിച്ചു വീഴുന്ന കുഞ്ഞിൽ
ജനിപ്പിച്ച അമ്മയിൽ
വയോവൃദ്ധയിൽ
കാണുന്ന എന്തിലും കാമം,
നരാ നീ ഇത്ര നൃകൃഷ്ടണോ.
കമിതാക്കൾക്ക് കാമം
ജീവന്റെ അവസാന ശ്വാസത്തിലും
മരിച്ചു വീഴുമ്പോഴും
ചത്ത ശവത്തോടും
കാമം സർവത്ര കാമം!
കാമിക്കാത്ത നരൻ
സ്ത്രീക്ക് പുച്ഛരം
പല സ്ത്രീയെ അറിയാത്തവൻ
അവൾക്കു ശണ്ഠൻ
കാമം സർവത്ര കാമം!
അവന്റെ അടിയേറ്റാലും
ചവിട്ട് കൊണ്ടാലും
തുപ്പി വെറുപ്പിച്ചാലും
അവൾക്കു വേണം കാമം!
കാമിക്കാത്തവൻ ശണ്ഠൻ
കാമാമില്ലാത്തവൻ ദുർബലൻ
സ്നേഹിക്കുന്നവൻ പോഴൻ
കരുതുന്നവൻ വിഡ്ഢി
കാമം സർവത്ര കാമം!

9. കറിവേപ്പില

അവർ നട്ടു
അവർ വളമിട്ടു
അവർ നനച്ചു
അവർ വളർത്തി.
ഞാനോ വളർന്നു
ഇളം പച്ച മാറി
തണ്ടുകൾ ഉറച്ചു
കാഴ്ചയിൽ സുന്ദരി ആയി!
അവരുടെ സ്വാർത്ഥത
ഞാൻ അറിഞ്ഞു
തേച്ചു മിനുക്കിയ
കത്തി എന്നിക്കായി!
അവർ വളർത്തി
അവർ വെട്ടി
കൊടും ചൂടിൽ ഇട്ടു
നീരു ഊറ്റി.
ശ്വാസം അറ്റു
നിണമൊഴുകി
അവസാനം അവർ
ഒരു പേരിട്ടു "കറിവേപ്പില"

10. ഞാനെന്ന സത്യം

ഞാൻ നിന്നെ സ്നേഹിച്ചു
ഞാൻ നിനക്കായി കാത്തിരുന്നു
ഓരോ നിമിഷവും നിനക്കായി
ഓരോ ശ്വാസവും നിനക്കായി!
ഞാൻ നിന്നെ കരുതി
ഞാൻ നിനക്കായി ജീവിച്ചു
ഓരോ നിമിഷവും നിനക്കുവേണ്ടി
ഓരോ ശബ്ദവും നിനക്കായി!
നീയോ ഞാനറിയാതെ
എന്നെ വെറുത്തു
ഞാൻ അറിയാതെ
എന്നിൽ നിന്നകന്നു.
നീയോ നീ മാത്രമായി
നിന്റേത് നിന്റേതുമായി.
ഞാനൊ ഏകനായി
എന്റേതു എനിക്കു നഷ്ടമായി!
ഞാൻ അറിഞ്ഞു
ഞാൻ മാത്രം സത്യമെന്നു
ഞാൻ അറിഞ്ഞു
ഞാൻ ഏകനെന്ന്!
ഞാൻ കൊന്നു നിനക്കായി
കരുതിയ സ്നേഹത്തെ
ഞാൻ കൊന്നു എന്നിലെ നിന്നെ
ഞാൻ നടന്നു നീയില്ലാതെ !!!

11. മരീചിക

കടുത്ത ചൂട്
പുകയുന്ന മണൽ
കത്തുന്ന കാറ്റു
അനന്തമായ യാത്ര.
അങ്ങകലെ ഒരു വെളിച്ചം
തോന്നൽ അല്ല
വീണ്ടും വീണ്ടും നോക്കി
അതേ ജലം തന്നെ.
കാലൻ കയിലാക്കിയ
പകുതി ജീവൻ വീണ്ടെടുക്കാൻ
സർവ ശക്തിയുമായി ഓടി
ഒരിറ്റു ജലത്തിനായി.
കത്തുന്ന കാറ്റു വഴിമാറി
പുകയുന്ന മണ്ണ് സുഖമേകി
ഒടുങ്ങാത്ത യാത്രക്കു
ഒരു ലക്ഷ്യമുണ്ടായി.
ഒരു തുള്ളി ജലം
കീറിയ ചുണ്ടിൽ
മുത്തുന്ന നിമിഷത്തെയോർത്ത്
ആനന്ദ നിർത്തമാടി.
ജട പിടിച്ച മുടിയിൽ
വരണ്ട മുഖത്തു
കീറിയ കാലിൽ
ഒരിറ്റു വെള്ളം!

സ്വപ്നങ്ങള്‍ പലതും
മിന്നി മാഞ്ഞു.
ജീവന്‍ വീണ്ടും തുടിച്ചു
ഒരു പുതു ജന്മം.
കയ്യും മെയ്യും മനസും
മറന്നു കുറെ ഓടി
കണ്ടില്ല ആ തിളക്കം,
ആ ജല ശ്രോതസ്.
വിശ്വസിക്കാന്‍ സമയമെടുത്തു
എല്ലാം മറന്ന് ഓടിയത്
പുതു ജന്മം പ്രതീക്ഷിച്ചത്
വെറും മരീചിക കണ്ട്.
വെറുതെ ഒരു സ്വപ്നം
വെറും കല്പനികത
വെറും പ്രതീക്ഷ
വെറും മരീചിക!

12. മന്ദര കൈ

കുറുകിയ ഉടൽ
കൂനിയ പ്രകൃതം
മനം നിറയെ വിഷം
മന്ദര എന്ന പേരും.
സ്നേഹത്തിൽ പൊതിഞ്ഞ്
ലാളനയിൽ ചാലിച്ച്
തലോടലിൽ മയക്കി
ആവശ്യം നടത്തും.
രാജപത്നിയാകാൻ
ആസൂത്രണം നടത്തി
ബുദ്ധി പറഞ്ഞതും
മന്ദര തന്നെ.
എന്ത് എവിടെ
എങ്ങനെ നേടാൻ
മന്ദര ബുദ്ധി
കൈകെയിക്കു തുണ.
നവയുഗ സ്ത്രീയും
കൊണ്ടുനടക്കും
മനം നിറയെ
മന്ദര സൂക്തം.
ആവശ്യം പോലെ
തലോടലിൽ ചാലിച്ചു
സ്നേഹത്തിൽ പൊതിഞ്ഞു
പുതു മന്ദരമാർ കാര്യം നേടും.

ഇന്നിന്റെ ദശരഥനേ
മയക്കാൻ മിടുക്കർ
ചരിത്ര കൈകെയോ
പുതു കൈകെയിമാരോ?
തലോടലിൽ തുടങ്ങി
ആലസ്യത്തിൽ എത്തിച്ച്
മൂർച്ചയിൽ നേടും തന്ത്രം,
എല്ലാം മന്ദര മന്ത്രം.

13. മദ്യം

അവർ ഒരു കുടുംബം,
അച്ഛനും അമ്മയും
ഒരു കൊച്ചു സുന്ദരനും,
അതു ഒരു സന്തോഷ കുടുംബം.
ഞാൻ എത്തി നോക്കി,
എനിക്കു കൂട്ടു കൂടാൻ
ആരു വരും?
അയാൾ വരും, ഉറപ്പു!
കാര്യമായ ചലനം ഒന്നും ഇല്ല,
ഞാൻ പരാജയപ്പെട്ടോ?
തോൽക്കാൻ ഞാൻ ഒരുക്കമല്ല
വീണ്ടും വീണ്ടും ഞാൻ ശ്രെമിച്ചു.
പ്രതീക്ഷിക്കാത്ത അവസരം
അവളുമായി അടുക്കാൻ.
ജോലി ഭാരം അവളെ തളർത്തി
ഇതു തന്നെ തക്കം.
ഒരു നിഷ്കളങ്കനായി
ഒരു സാധുവായി
ഒരു നിർഗുണനായി
ഞാൻ അവതരിച്ചു.
ആദ്യമാദ്യം അവൾ തെന്നിമാറി,
കുതറി മാറി,
തന്റെ സന്തുഷ്ട കുടുംബം
അവൾ ഓർത്തു.

ഞാനെന്ന സാധു
അവളെ പിന്തുടർന്നു
ഊണിലും ഉറക്കത്തിലും
ഓരോ ശ്വാസത്തിലും.
അവൾ പതുക്കെ
അലിഞ്ഞു തുടങ്ങി.
ഞാൻ അവളെ
ആലിംഗനം ചെയ്തു.
എന്റെ വീര്യം
അവളെ മദോന്മഥയാക്കി.
എന്റെ ഗന്ധം
അവളെ കോൾമയിർ കൊള്ളിച്ചു.
അവൾ എന്റേതായി!
ഞാൻ വീണ്ടും അവളെ
ചേർത്തു ചേർത്തു പിടിച്ചു
ഒരു ആട്ടിൻ കുട്ടിയെ പോലെ.
അവൾ എല്ലാം മറന്നു,
സ്വബോധം പോയി.
എന്നേക്കുമായി എന്റെ,
അടിമയായി.
ഞാൻ അടുത്ത
ഇരക്കായി യാത്ര തുടങ്ങി.

14. കമ്പിളി

ഞാൻ നിന്നെ പൊതിഞ്ഞു,
ശിശിരത്തിന്റ കാഠിന്യത്തിൽ നിന്ന്,
കൂരിരുട്ടിലെ മൗനത്തിൽ നിന്ന്,
വെറുപ്പിന്റെ ഗന്തത്തിൽ നിന്ന്.
നീ അന്നും വസന്തതിനായി കാത്തിരുന്നു.
നന്ദി വേണ്ട, അല്പം കരുണ?
വസന്തം വന്നു,
നീ ഓടി അകന്നു.
ഒരു തിരിഞ്ഞു നോട്ടം?
ഒരു സ്നേഹ തലോടൽ?
കുപ്പയുടെ അടി തട്ടിൽ
എന്നെ നീ ഉപേക്ഷിച്ചു!
നിന്നെ നോക്കി ചിരിച്ചവർ
നിൻ സ്നേഹിതരായി!
കുപ്പയുടെ നാറ്റം ഞാൻ സഹിച്ചു,
നിൻ അവഗണന എന്നെ തളർത്തി.
നീ മാറിയില്ല മലോകർക്കു,
എന്നെ മാത്രം നീ ഉപേക്ഷിച്ചു.
നി തുടർന്നു,
സഖികളുമൊത്തു,
വസന്തത്തിലെ നീരാട്ട്,
വസന്തം മാറും
വീണ്ടും ശിശിരം വരും,
അന്ന് നീ എന്നെ ഓർക്കുമോ?
ഓർത്താലും കുപ്പയിലെ

എന്നെ നീ വീണ്ടെടുക്കുമോ?
പുതു വസ്ത്രം വരും,
അവർ എൻ വിധി അറിഞ്ഞില്ല,
നീ അന്നും വസന്തത്തിനായി
കാത്തിരിക്കും
അവരും കുപ്പയിലെറിയപ്പെടും!
ചില ജീവിതങ്ങൾ
ചവിട്ടി മെതിക്കാൻ!
ചിലതു മെതിക്കപ്പെടാൻ.
കമ്പിളി ജീവിതം അല്പ്പായുസു!!!

15. അന്ത്യ നിമിഷം

ഞാൻ അകന്നു
സ്നേഹിതരിൽ നിന്ന്
രക്ത ബന്ധങ്ങളിൽ നിന്ന്
പരിചയകാരിൽ നിന്ന്.
ഞാൻ ഓർത്തു
എന്റെ ബാല്യം
എന്റെ കൗമാരം
എന്റെ ജീവിതം.
ഞാൻ പശ്ചാത്തപിച്ചു
എന്റെ തെറ്റുകൾ കണ്ട്
എന്റെ നഷ്ട നാഴികയെ ചൊല്ലി
എന്റെ കർമ്മങ്ങളെ നിനച്ച്.
ഞാൻ ഭയന്നു
രക്തം കട്ട പിടിക്കുന്നതോർത്തു
ഹൃദയം നിശ്ചലമാകുന്നതോർത്തു
ശ്വാസം പോയി മറയുന്നതോർത്തു.
ഞാൻ എഴുതി
അവസാനമായി
ആർക്കോ വേണ്ടി
എന്തിനോ വേണ്ടി.
ഞാൻ കേട്ടു
ഹൃദയം പെരുമ്പറ കോട്ടുന്നു
ഞരംബുകൾ മുറുകുന്നു
ശ്വാസം നിലയ്ക്കുന്നു
ആരൊക്കെയോ നിലവിളിക്കുന്നു.